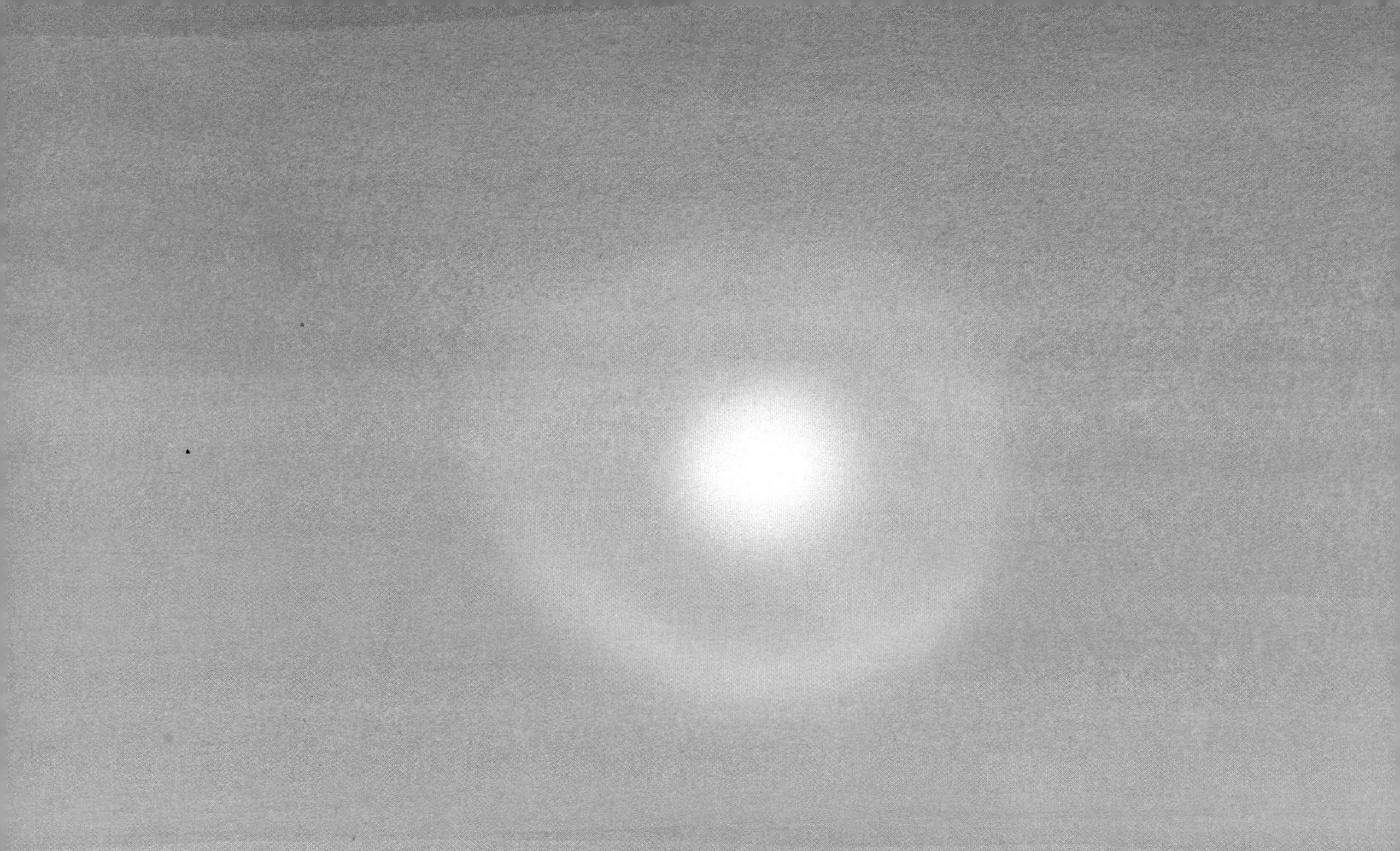

Milet Limited
Publishing & Distribution
PO Box 9916
London W14 OGS

First English-Gujarati dual language edition published by Milet Limited in 1997

First English edition published in 1990 by André Deutsch Limited an imprint of Scholastic Ltd, UK

ISBN 1 84059 003 3

Printed in Turkey

ANTARCTICA

દક્ષિણ ધ્રુવ પ્રદેશ

HELEN COWCHER

Gujarati translation by PRATIMA DAVE

MILET
LONDON

**In the cold far south, in Antarctica,
live Emperor penguins, Weddell seals,
and Adélie penguins.**

ખૂબ દૂર દૂર આવેલ ઠંડા પ્રદેશ, એન્ટાર્ટિકા (દક્ષિણ
ધ્રુવ પ્રદેશ)માં એમ્પરર પેંગ્વિનો, વેડેલ સીલ્સ અને
એડ્લી પેંગ્વિનો વસે છે.

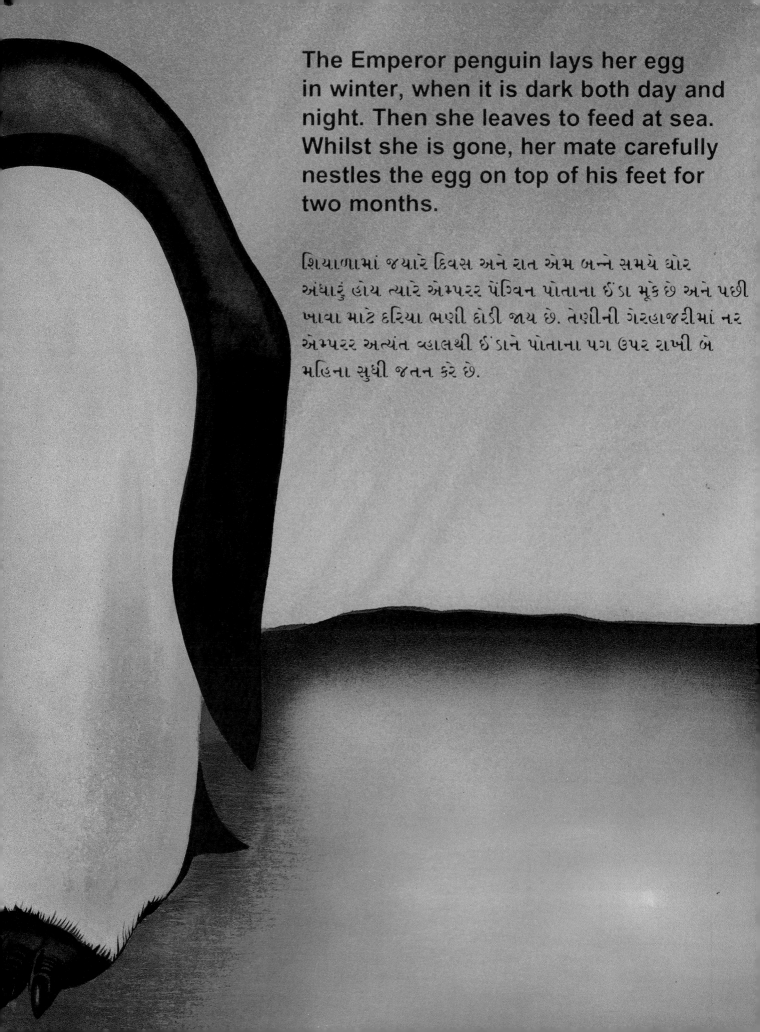

The Emperor penguin lays her egg in winter, when it is dark both day and night. Then she leaves to feed at sea. Whilst she is gone, her mate carefully nestles the egg on top of his feet for two months.

શિયાળામાં જયારે દિવસ અને રાત એમ બન્ને સમયે ઘોર અંધારું હોય ત્યારે એમ્પરર પેંગ્વિન પોતાના ઈંડા મૂકે છે અને પછી ખાવા માટે દરિયા ભણી દોડી જાય છે. તેણીની ગેરહાજરીમાં નર એમ્પરર અત્યંત વ્હાલથી ઈંડાને પોતાના પગ ઉપર રાખી બે મહિના સુધી જતન કરે છે.

He huddles in a tight circle with his friends, against the freezing winter storms.

ઠાંગરી જવાય તેવા શિયાળાનાં તોફાનોની સામે બચવા તે મિત્રોની સાથે ગોળાકારમાં એકબીજાની હૂંફમાં અડોઅડ સૂઇ રહે છે.

Meanwhile, his mate is feeding at sea

તે દરમ્યાન, તેની સાથીદાર દરિયામાં ખોરાકની મોજ માણે છે...

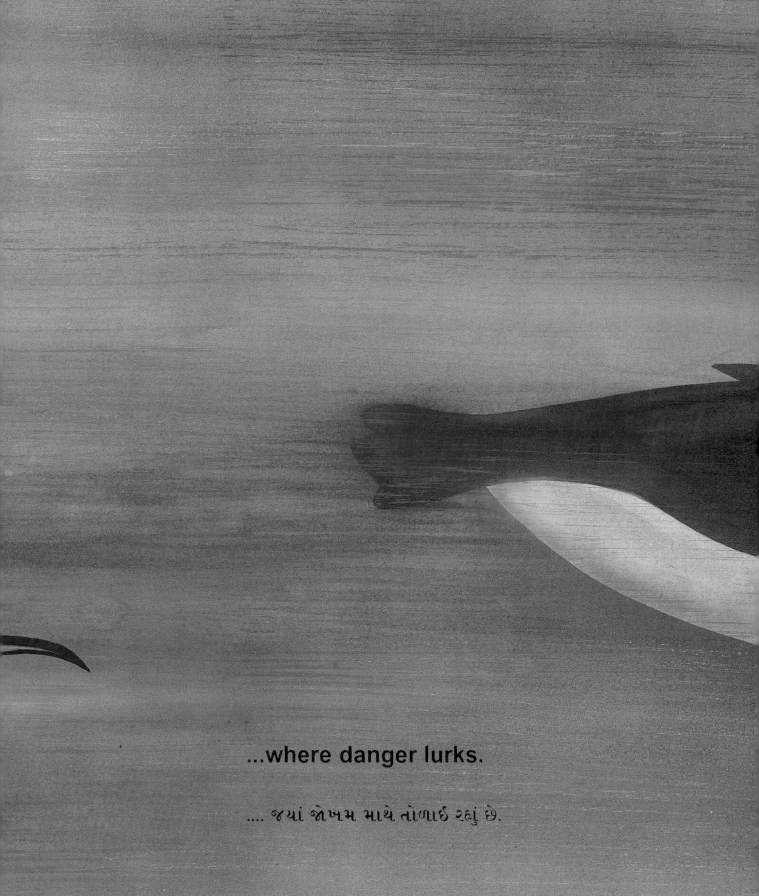

...where danger lurks.

.... જયાં જોખમ માથે તોળાઈ રહ્યું છે.

A ferocious Leopard seal!

એક વિકરાળ લીઓપાર્ડ સીલ!

Luck is with the Emperor this time
and she leaves the water safely,
trudging back to the rookery.

આ વખતે એમ્પરરનું નસીબ સારું છે કારણ કે તેણી
સહી સલામત પાણીમાંથી નીકળી આવી છે અને ડગુમગું
ચાલે ખડકો તરફ પાછી આવી રહી છે.

There is great excitement because their chick has just hatched.

બચ્ચું હમણાં જ ઈંડામાંથી બહાર આવ્યું હોવાથી અહીં ખૂબજ ઉત્તેજના છે.

But the male Emperor is hungry and weak. It is his turn to go to sea to find food.

પરંતુ નર એમ્પરર ભૂખ્યો અને અશક્ત છે. તેથી હવે વધુ રોકાયા સિવાય ખોરાકની શોધમાં દરિયા ભણી જવાનો તેનો વારો છે.

When it is spring, the sun at last shines again in the Antarctic sky. A Weddell seal climbs onto the ice to have her pup.

વસંતઋતુના આગમન સાથે, આખરે એન્ટાર્ટિકાનાં આકાશમાં સૂર્ય પ્રકાશી ઉઠે છે. એક વેડેલ સીલ વિંયાવા માટે બરફની ઉપર ચડી જાય છે.

The Adélie penguins have also come onto the ice. On their long journey to the rocky shore, where they will lay their eggs, they pass the Emperor chicks.

એડ્લી પેંગ્વિનો પણ બરફની ઉપર ચઢી આવ્યા છે. ખડકાળ કિનારે તેઓ તેમનાં ઈંડા મૂકવાનાં છે. આ લાંબી સફર વખતે તેઓ એમ્પરર પેંગ્વિન્સના બચ્ચાઓને પણ જોશે.

The Adélies build their nests out of pebbles; and take it in turns to keep the eggs warm until the hatching.

એડ્લીઝ નાના નાના ગોળ પથ્થરોમાંથી પોતાના માળા બનાવે છે અને ઈંડામાંથી બચ્ચું બહાર આવે ત્યાં સુધી વારાફરતી ઈંડાઓને ગરમ હૂંફાળા રાખવા માટે બેસે છે.

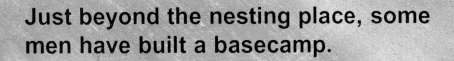

Just beyond the nesting place, some men have built a basecamp.

માળા બાંધવાની જગ્યાથી થોડે જ દૂર, કેટલાક લોકોએ
પડાવ નાખ્યો છે.

Suddenly the Adélies hear a terrible whirring noise: Helicopters! They panic and leave their eggs unguarded.

અચાનક એડ્લીઝને કાને હવામાં ફરતી કોઈ
વસ્તુનો ભયંકર અવાજ સંભળાય છે.
હેલિકોપ્ટરો! તેઓ ગભરાઈ જાય છે.
અને તેમનાં ઈંડાને અરક્ષિત છોડીને ભાગે છે.

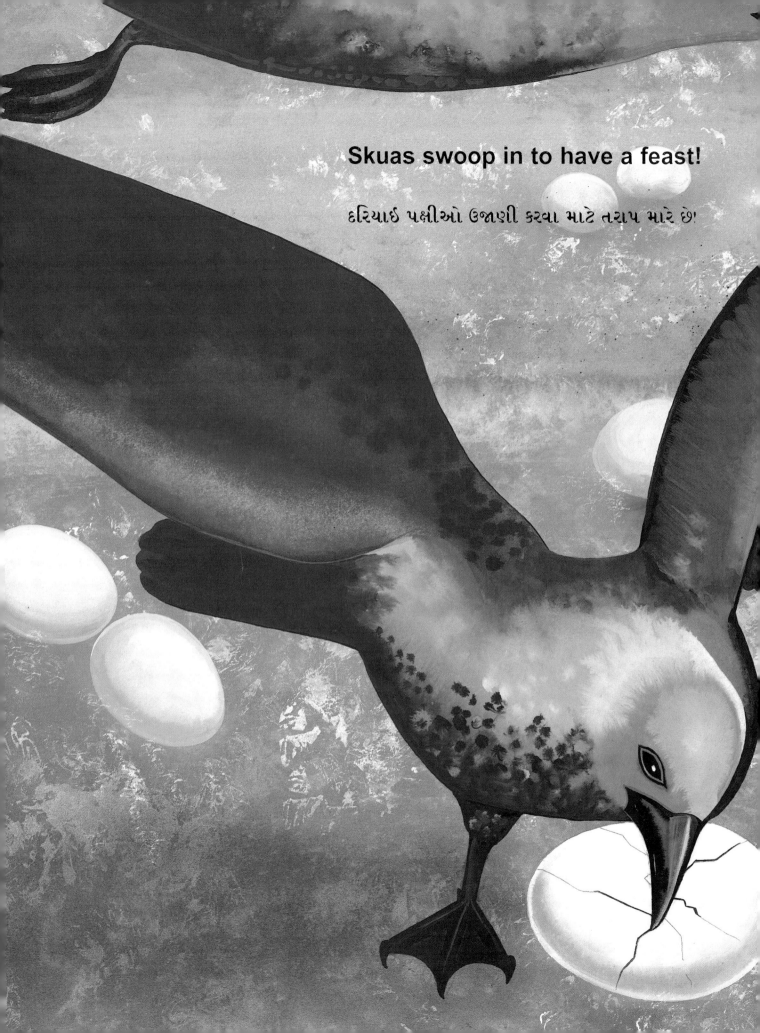

Skuas swoop in to have a feast!

દરિયાઈ પક્ષીઓ ઉજાણી કરવા માટે તરાપ મારે છે!

Frightened by the helicopters, the Adélies will not nest here again.

હેલિકોપ્ટરોથી ગભરાયેલ એડ્લીઝ હવે ફરીથી અહીં માળાઓ નહીં બનાવે.

The Emperors too are uneasy.
They have heard huge
explosions, and seen ice
and rock hurled high
into the air.

એમ્પરરો પણ ડરી ગયા છે. તેમણે પણ મોટા
ધડાકાઓ સાંભળ્યા હતા અને બરફ અને ખડકોનાં
ટુકડાઓને હવામાં ઉંચે ફંગોળાતા જોયા હતા.

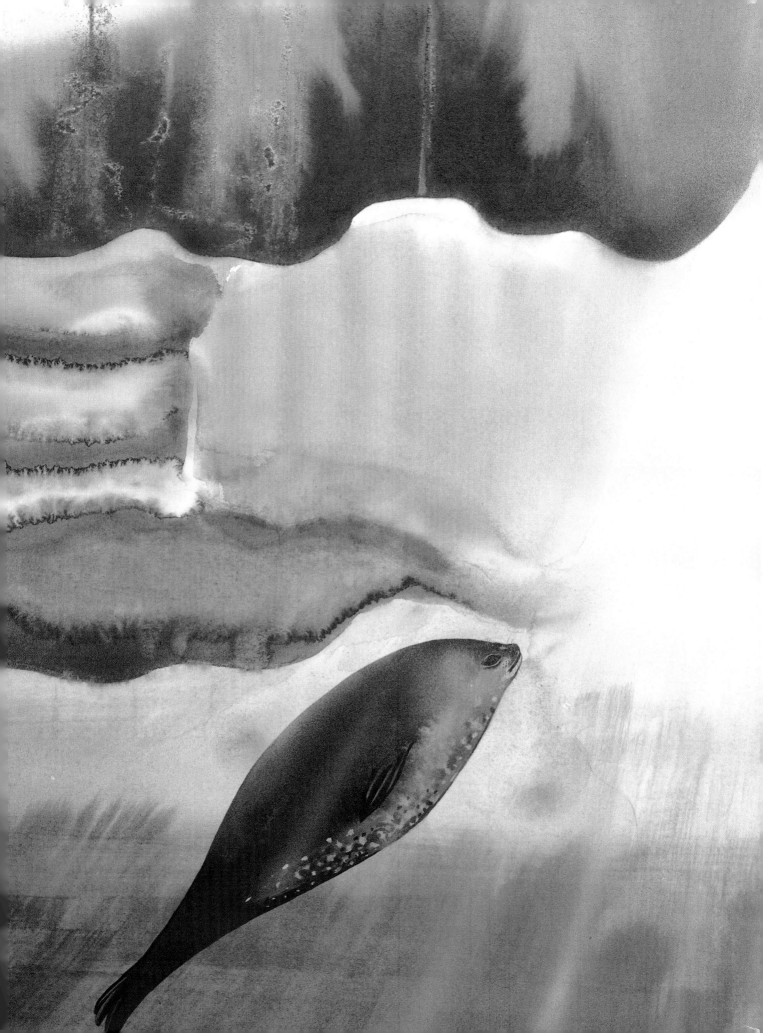

Out at sea, anxious songs ring out
from the depths. Weddell seals call to
their friends under the ice. Metal hulls
are pushing through the pack ice,
banging, crunching, booming nearer.

દરિયામાં ઊંડે ઊંડેથી ચિત્કારો સંભળાય છે વેડેલ સીલ્સ
પોતાના મિત્રોને બરફની નીચે આવી જવા બોલાવી રહી છે.
લોખંડી હલેસાંઓ જામેલા બરફમાં ધક્કો મારતા, ધડાકા જેવો
અવાજ કરતા, કડકડાહટ કરતાં આગળ વધી રહ્યા છે.

The penguins and the seals have always shared their world with ancient enemies, the Skuas and Leopard seals. But these new arrivals seem more dangerous. The seals and penguins cannot tell yet whether they will share or destroy their beautiful Antarctica...

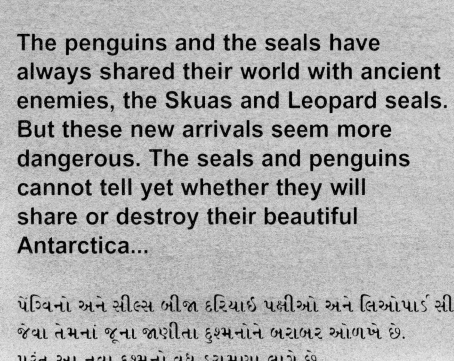

પેંગ્વિનો અને સીલ્સ બીજા દરિયાઇ પક્ષીઓ અને લિઓપાર્ડ સીલ જેવા તેમનાં જૂના જાણીતા દુશ્મનોને બરાબર ઓળખે છે. પરંતુ આ નવા દુશ્મનો વધુ ડરામણા લાગે છે. સીલ્સ અને પેંગ્વિનો હજુ કહી શકે તેમ નથી કે તેઓ તેમની સાથે સુંદર એન્ટાર્ટિકામાં સાથે વસવાટ કરી શકશે કે પછી તેનો વિનાશ કરી નાખશે.

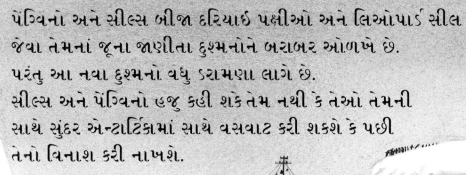

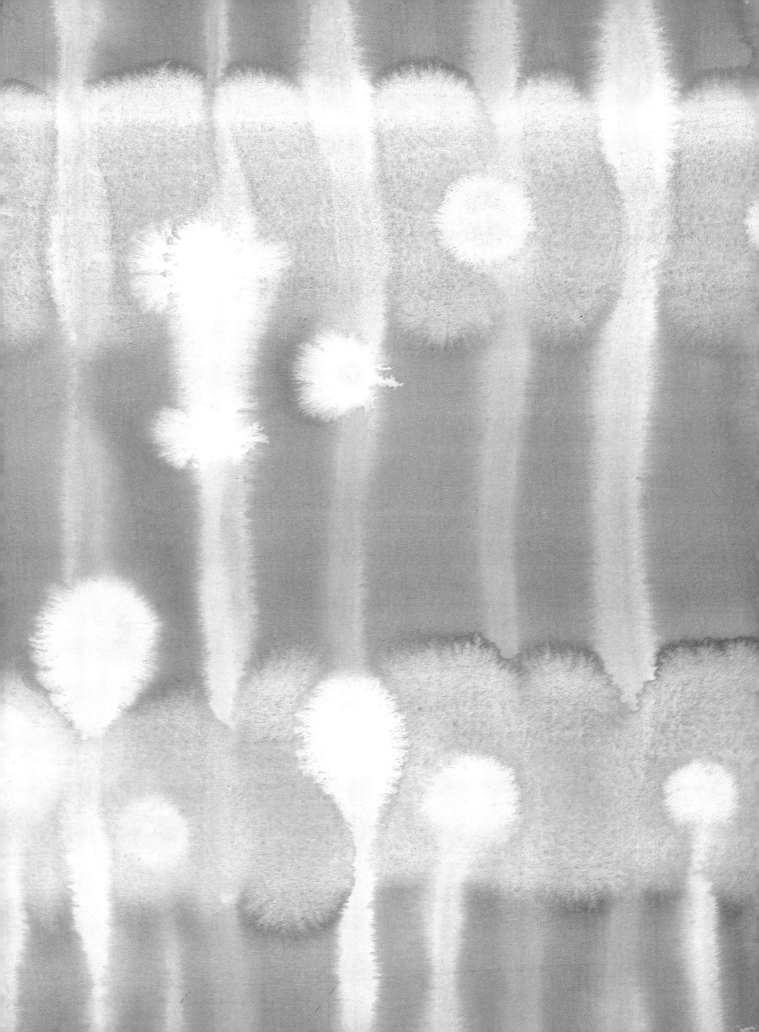